நானும் என் கவியும்

நூலாசிரியர்

தி.ஹேமலதா சிதம்பரம்

தொகுப்பு

ஒலி எழுப்புத் தோழமை

aelay
publish

நானும் என் கவியும்

கவிதை

ஆசிரியர் : தி.ஹேமலதா சிதம்பரம் 2022 ©

முதல் பதிப்பு : அக்டோபர் 2022

வெளியீடு : ஏலே பதிப்பகம்

5/175, பாத்திமா நகர், கூத்தென்குழி,

திருநெல்வேலி - 627104

தொடர்புக்கு : +91 9944992571

Naanum en kaviyum

Poetry

All rights reserved by

by T. Hemalatha Chidambaram 2022 ©

First Edition : October 2022

Pages: 130

ISBN : 978-93-5533-614-9

Aelay Publish

Contact : +91 9944992571

Designed by : Aelay publish team

என்னுரை

அன்புடையீர் வணக்கம்.

**எண்ணென்ப ஏனை எழுத்தென்ப இவ்விரண்டும்
கண்ணென்ப வாழும் உயிர்க்கு**

என்ற வள்ளுவனின் வாக்கிற்கு ஏற்ப எனக்கு எண்ணையும் எழுத்தையும் கற்பித்த என் குருவை வணங்கி . என்னை இவ்வுலகிற்கு அறிமுகப்படுத்திய என் பெற்றோரை முதலில் வணங்குகிறேன்.

**மாதாவை நேசித்து.
பிதாவை கரம் பிடித்து.
தமிழை சுவாசித்து.
கவிதையினை யாசித்து.
இறைவனை தியானித்து.
என்னுரையை தொடங்குகிறேன்.**

தென்னாற்காடு மாவட்டத்தில் திண்டிவனம் வட்டத்தில் ஆலகிராமம் என்ற சிற்றூரில் தியாகராஜன் அய்யருக்கும், சீதாலட்சுமி அம்மையாருக்கும் அரும் பெரும் புதல்வியாகவும் ,இருசகோதர்களுக்கு தங்கையாகவும் 08.06.1969 இல் அகிலாதிற்காக அவதரிதேன். இறைவனின் அருளால் பிரிந்தேன். பெற்றோர் ஆசையால் வளர்ந்தேன். குருவின் பார்வையில் படித்தேன். பின்னர் தில்லையம்பனின் திருக்கோயில் நகரமாம் சிதம்பரத்தில் திருமதி.இரமணி நடராஜரின் ஜேஷ்ட குமாரன் திருமிகு. ந.இரவி அவர்களின் தர்மபத்தினியாக 08.05.1992 இல் மாறினேன். ஆன்ற வாழ்க்கைக்கு ஈடற்ற சாதனையாக 28.04.1993 இல் இர.அபிலாஷ்வைத்யா என்கின்ற மழலைக்கு மாதாவானேன்.

தமிழ் மீது கொண்ட காதலால் திருமணத்திற்கு பிறகு இரண்டு பட்டங்கள் பெற்று 26 ஆண்டுகள் சிறந்த ஆசிரியர் பணியில் பணிபுரிந்து. கடந்த பத்து ஆண்டுகளாக தமிழாசிரியராக நகராட்சி பெண்கள் உயர்நிலைப் பள்ளி. சிதம்பரம் நகரில் பணிபுரிகிறேன்.

வாழ்க்கையில்ஏதாவது சாதிக்க வேண்டும் என்ற எண்ணம் என் இதயத்தில் இடம் பெற்றதால் என் அகவை 54இல் என் அவா அரங்கேறியது.

என் தமிழ் மீது கொண்ட பற்றினாலும். தமிழாசிரியர் பணியினாலும். கவிதையின் மீது கொண்ட காதலினாலும். பல குழுமங்களின் துணையினாலும். பள்ளிப்பணிகளுக்கு இடையே பல கவிதைகளை படைத்தேன். இடைவிடாத முயற்சியினால் இயற்றிய கவிகள் அனைத்தையும்

"நானும் என் கவியும்" என்ற தலைப்பில் படைத்தவனின் அருளாலும். பெற்றவர்களின் ஆசியாலும். உற்றார் உறவினர் உதவியாலும். மாசற்ற நண்பராகவும். சிறந்த வழிகாட்டியாகவும். சீரிய குருநாதராகவும் விளங்கும் முனைவர் அமுதகவி சையது அபுதாஹிர் ஐயா அவர்ளின் இடைவிடாத ஊக்கத்தினால் இக் கவிதையை வெளியிடுகிறேன்.

ஆசிரியர்
தி.ஹேமலதா சிதம்பரம்

வாழ்த்துரை

ஆசிரியர் பணியை அறப்பணியாக செய்து கொண்டிருக்கும் அருமை தோழி தி.ஹேமலதா அவர்கள் தமிழுக்கு அவர்கள் செய்து கொண்டிருக்கக் கூடிய தொண்டு மிகவும் போற்றுதலுக்குரியது அந்த வகையில் தன்னுடைய படைப்பான நானும் எனது கவிதையும் என்ற இந்த கவி நூலை வெளியிடுவதில் நான் மட்டற்ற மகிழ்ச்சி கொள்கிறேன் அவரின் கவிதைகளில் சிரித்து இருக்கிறேன் சிந்தித்து இருக்கிறேன் சிலிர்த்து இருக்கிறேன் தமிழை அவ்வளவு லாபகமாக மிக இலகுவாக அனைவரும் படிக்கும்படியான மிகச் சிறப்பான ஒரு தொகுப்பை வெளியிடுகிறார்கள் அவர்களோடு சேர்ந்து நானும் மகிழ்ச்சி கொள்கிறேன் இதைவிட இன்னும் பல நூல்கள் எழுதி மாணவச் செல்வங்களுக்கும் இளைஞர் சமுதாயத்திற்கும் குறிப்பாக தமிழ் சமுதாயத்திற்கும் நீங்கள் பங்களிக்க வேண்டும் என்று உங்களை வேண்டுகிறேன் வாழ்த்துக்கள் உங்கள் பணி தொடரட்டும் உங்கள் முயற்சி வெல்லட்டும் நன்றி

அமுதகவி முனைவர்
அ சையது அபுதாஹிர் பள்ளப்பட்டி

வாழ்த்துரை

திருமிகு சோலைராஜா

நானும் என் கவிதையும்
வாழ்த்துரை
ஆசிரியர் தி.ஹேமலதா அவர்கள் தமிழ் ஆசிரியராக
தனித்திறன் படைத்தவராக இருந்தாலும்
இலக்கியத்திலும் தனித்த அடையாளம் கொண்டவர்
என்பது அவருடைய "நானும் என் கவிதையும் "
கவிதை தொகுப்பை வாசிக்கையில் உணர முடிகிறது.
அடித்தட்டு மக்களின் வாழ்வியல்.பெண்ணியம்.
சமுதாயம்.கல்வி. சமத்துவம் என தனது
கவிப்பார்வையினை விசாலமாக்கியுள்ளார்
கவிதாயினி அவர்கள்.
அடுக்களை சமையல்
அம்மாவிற்கு மட்டுமே
அகிலத்தின் செய்திகள்
அப்பாவிற்கு மட்டுமே

அடிமைத் தளத்திற்குச்
சங்கே முழங்கு
என் அம்மாவிற்கும் அப்பாவிற்கும் இடையே
சமத்துவம் வேண்டுமென சங்கெடுத்து
முழங்குகிறார்.
இரும்புத் தண்டவாளத்தின்
இதயத்தில் நுழைந்தாயோ
என விதைகளின் வீரியத்தையும் விடா
முயற்சியையும் 'விதையே நீ வளர்க' என்று என்று
விதைகளுக்கும் உயிரூட்டிய விதம் அருமை.
ஆயிரம் ஆடைகளால்
அலங்கரித்த போதும்
அம்மாவின் புடவையிலே
அத்துணையும் தோற்றதே
என்று 'பழைய நினைவுகளில் ' அம்மாவையும்.
ஆயிரம் ஆடைகளை வென்ற அம்மாவின்
புடவையையும் நினைக்கும் போது கவிதை வரிகளில்
புடவை வாசகத்தை துளிர்க்க வைக்கிறார்.
பாழ்பட்ட கலாச்சார
பழக்கத்திற்கு அடிமையாகும்
மனநோயாளிகளே கொஞ்சம் மாறுங்கள்
என்று கலாச்சாரத்தை சிதைப்பவர்களை சாடுகிறார்.
காதைப் பொத்தி
கண்ணை மூடி
கவிழும் நிலை ஏனடி
என்று துவண்ட பெண்ணினத்திற்கு துணிச்சல்
மூட்டுகிறார்.
" நெகிழிகள் அற்ற
நிறைவான வீதியும்
மாசுக்கள் அற்ற மாசிலா ஊரும்"

வரும் தலைமுறைக்கு நெகிழி யின் தீமைகளையும்
மாசற்ற உலகின் தேவையையும் விளக்குகிறார்.
எண்ணிஎண்ணிப் பார்க்கிறேன்
கண்ணிலிருந்து மழையில்லாத் துளிகளாய்....
என்று தன் கவிதையின் ஊடாக தன் கவிதையின்
ஊடாக தன் எண்ணக் கருத்துக்களைத்
கருப்பொருளாக்கியுள்ளார். காலம் தேடிய கவிஞர்
ஆசிரியர் தின. ஹேமலதா அவர்கள்.
ஓரறிவு சிற்றெறும்பு
ஓடுவதை நிறுத்தினால்
ஒரு இம்மி வயிற்றுக்கு
உணவு யார் தருவார்
என்று ஓய்ந்து போன்றவர்களையும் ஓடவைக்க
அறைகூவல் விடுக்கிறார்.
தன் சீரிய முயற்சியால் காலம் போற்றும் கவிஞராகத்
தன்னை அடையாளப்படுத்தியும் அவர்களின்
தமிழ்ப்பணி மேலும் சிறக்க மனமார்ந்த
வாழ்த்துக்கள்...

வாழ்த்துக்களுடன்
கவிஞர்க. சோலை ராஜா
முதுகுளத்தூர்
இராமநாதபுரம் மாவட்டம்

சமர்ப்பணம்

என்னை கரம் பிடித்து

கழுத்தில் மூன்று முடிச்சிட்டு

மகளில் இருந்து மனைவியாக்கி

மனைவியிலிருந்து மருமகளாக்கி

மருமகளில் இருந்து மாதாவாக்கி

அழகான மழலைக்கு அம்மாவாக்கி

சுற்றுங்களுக்கும் சொந்தங்களுக்கும் இடையே

சுகபோக வாழ்க்கை கொடுத்து

பெற்றவர்களுக்கும்

கட்டியவளுக்கும்

பெற்றவனுக்கும்

பெருந் தவப் புதல்வனாகவும்
அகமகிழ் கணவனாகவும்
ஆன்ற தந்தையாகவும்

சிறந்த தலைமை ஆசிரியராகவும்
சீரோடும் சிறப்போடும் இருக்கையிலே
விதியின் விளையாட்டால்

கண்ணெதிரே கணவனும்
காலனுக்குச்
சொந்தமாகிட

கண்ணீரும் மல்கி
வாழ்க்கையும் வெறுமையான போது

கடவுளின் துணையாலும்
வைராக்கிய மனதாலும்

சாதிக்கும் எண்ணத்திலும்

கண்ணெதிரே கணவனும்
கடவுளாககாட்சிதர

எனதன்பு இதயமான
என் கணவர்
திருமிகு ந.இரவிக்கு
இக்கவிதையை சமர்ப்பிக்கிறேன

தி.ஹேமமலதா
சிதம்பரம்

இமைக்காத நொடிகள்

♥

ஈரைந்து   மாதம் கருவினை சுமந்து//

ஈன்ற மழலையின் அழுகுரல் கேட்கையிலே//

இரண்டு விழிகளின் ஈர்ப்புத் தன்மையிலே//

கண்ணாரக் கண்டு களிப்படைந்த போதினிலே//

மழலையும் வளர்ந்து
மகளாகி வளர்ந்தபோது//

பள்ளிப்பருவத்திலே பாடங்களை சுமந்து//

இராப்பகல் தூக்கமின்றி
கண்விழித்து படிக்கையிலே//

பாதிஉறக்கம் பாதிபடிப்பு என்றபோது
பெற்ற மகளையே
வைதபோது//

பட்டமும் பதவியும் பணமும் பெறுகையிலே//

பாரினில் வலம்வர விமானத்தில் பறக்கையிலே//

பார்போற்றும் வாழ்க்கைபெற பாங்குடனே
மணமுடித்து//

கரம் பிடித்தனை கௌரவிக்க தலைச்சன் மகனை
பெறுகையிலே//

மகளும் மாதாவான
மகிழ்ச்சியில் திலைக்கையிலே//

மனம்நிறைந்த பூரிப்பினிலே பேரனை
தூக்குகையிலே//

மீண்டும் வாழ்க்கை சுழற்சியினை
நினைக்கையிலே//

இமைக்
காத நொடிகளிலே விழிகளில்
கண்ணீர்
கசிந்தது//

உளியின் வலியும் உலகத்தின் நிலையும்//

❤

உளியின் வலியை
தாங்காத கல்லும்//

உழைத்து வாழத்
தெரியாத கணவனும்//

கொடுத்துப் பழகத்
தெரியாத மனைவியும்//

அடித்து வளர்க்காத
அன்பு மகனும்//

பிடித்து வளர்க்காத
பாசப் பெண்ணும்//

விட்டுக் கொடுக்கத்
தெரியாத உறவும்//

அனுசரிக்காத அடுத்த
வீட்டு மனிதரும்//

அருமை புரியாத
அன்பு நண்பரும்//

தாகம் தீர்க்க உதவாத
தண்ணியும்//

ஆபத்திற்கு உதவாத
அரும் பணமும்//

பெற்றோரைக் காக்க
மறந்த பிள்ளையும்//

உன்னைப்போல் உளியால்
அடிவாங்காதவரை//

உருமாற்றம் பெற்றதாய்
சரித்திரம் இல்லை

மானிடர்

♥

ஆண் என்ற
பெயரில் ஆண்ஆனாய்//

பெண் என்ற
பெயரில் பெண்ஆனேன்//

மக்கள் என்ற பெயரில் மனிதனானோம்//

மகேசன் திருவிளையாடலில்
மணமக்கள் ஆனோம்//

உன்னுடல் வலிமையால்
உருவானது மழலைகள்//

என்னுள் வலிமையால்
உருவானது இல்வாழ்க்கை//

இல்லறம் என்ற
நல்லறம் நடத்தி//

இரண்டு மழலைகள்
ஈன்று பெற்றோம்//

தானத்திற்கு சிரசையும்
தர்மத்திற்கு கரத்தையும்//

புண்ணியத்திற்கு
ஜென்மத்தையும்
புகழிற்கு உண்மையையும்//

வாக்கிற்கு சத்தியத்தையும்
வாழ்விற்கு வலிமையையும்//

என்னுள் வலிமையில்
இரண்டற ஒன்றானாய்//

என்னுள் இருக்கும் வலிமையில் நீயும்//

உன்னுள் இருக்கும் பலத்தில் நானும்//

இரண்டாக சங்கமித்து
ஒன்றாக கலந்தோம்//

இருவரும் இணைந்தோம் இரண்டற
கலந்தோம்//

உடலில் வேறாகி
உயிரில் ஒன்றாகி//

ஒப்பற்ற சாதனைகள்
ஒய்யாரமாக புரிந்திடுவோம்//

பார் போற்றும்
புவியினிலே
பாங்காக வாழ்ந்திடுவோம்//

அம்மா நீ எங்கே?

♥

என்னைப் பெற்றவளே
எங்கே உள்ளாய்?

நான் பிறந்தபோது
உன் புடவை தூளியானது/

நான் அழுதபோது
உன் புடவை கைக்குட்டை ஆனது/

நான் குளித்தபோது
உன் புடவை துண்டானது/

நான் உண்டபோது
உன் புடவை திசுகாகிதம் ஆனது/

நான் படுத்தபோது
உன் புடவை
படுக்கையானது/

அப்பா அடித்தபோது
உன் புடவை தடுப்பானது/

வாத்தியார் அடித்த போது
உன் புடவை மறைப்பானது/

பருவமங்கையை கைபிடித்தபோது
உன் புடவை பக்குவமாகியது/

வாழ்க்கைப் படியில்
கால் வைக்கும் போது
உன் புடவை ஏணியானது/

வசதிக் கோப்பையை
எட்டும் போது
உன் புடவை வரமாகியது/

வாழ்க்கை இனித்தபோது
என் மனம் ஏங்கியது/

மறைந்துப் போன மாதாவே
உன் பழைய புடவையில் தலைசாய/

நினைவுகள் ஆயிரம்
இருப்பினும்/

நீங்காத நினைவுகள்
எந்தன் மாதாவே/

எங்கே சென்றாய்
முகவரி இல்லா இடத்திற்கா/

முகம் தெரியா
மனிதர்களின் இல்லத்திற்கா????

மை தீரவிருக்கும் எழுதுகோல்

கடைசி காலத்திலே
கண்ணிருந்தும்
குருடனாக//

கடந்த நினைவுகளை
களிப்புடனே நினைத்து//

கரம் பிடித்த மனையாளையும்//

பெற்ற செல்ல செல்வங்களையும்//
பெற்றெடுத்த பிரிய பெற்றோரையும்//

சுற்றிவந்த சுகபோக உறவினையும்//

கற்றுக் கொடுத்த
ஆசானையும்//

தட்டிக் கொடுத்த
தோழனையும்//

கல்லூரி காதல்
காதலையும்//

காதலினால் வந்த
வேதனையையும்//

கட்டுக் கடங்கா
வாலிபத்தில்//

அத்து மீறிய
வேலைகளையும்//

போட்டிப் போடும்
உலகத்திலே//

போராடி வெற்றிப்
பெற்று//

வாழ்க்கையில் வைரமாய்
ஜொலித்திடவே//

உட்கார நேரமின்றி
ஊன் உறக்கம்
ஏதுமின்றி//

அரைசாண் வயிற்றுக்கு
அவதியாய்
அலைந்துட்டு//

ஆர்ப்பாட்டமின்றி
அமைதியாக
அரை நிமிடம் நினைக்கையிலே//

வாலிப எண்ணத்தின்
வயதான நினைவுகளை//

வரிசைப் படுத்த
நினைக்கையிலே//

கரமிரண்டும் ஆடுதே
கண்ணீரும்
ஊறுதே//

எழுத்தாணியின்
இறுதிமையும்
இறந்துதான் போனதே//

பெண்ணே உன் சுமையோ

♥

சீவிசிங்காரித்து சீருடை அணிந்திட்டு
சிறப்பான பள்ளிக்குச்
செல்லாமல்//

சித்தாளு வேலைக்குச்
செங்கல்லை சுமப்பவளே//

வந்தப்பிழையோ
வயிற்றுப்பிழையோ
வறுமைப் பிழையோ
யாரறிவார்//

பெற்றப்பிழையோ கட்டியப் பிழையோ
சுமந்தப்பிழையோ யாரறிவார்//

வளமான இந்தியாவாம்
வல்லரசு நாடாம்
கனவின் நாயகன்
கலாமின் கூற்றாம்//

கற்புக்கண்ணகியும்
உத்தமி சீதையும்
உதித்த நாட்டில்
இந்நிலை தேவையோ//

வயிற்றில்சுமந்தவளுக்காக சுமக்கிறாயோ
கட்டிய கணவனுக்கு
பாரம்சுமக்கிறாயோ//

வாக்கரசிப்போடும்
வயிற்றுப்பிள்ளைக்கு
வயதுக்குமீறி உழைக்கிறாயோ//

நெற்றியிலே வியர்வையோடும்
நெஞ்சினிலே பாரத்தோடும்

நிலத்தினிலே உழைப்போடும்

மனதிலே வைராக்கியத்தோடும்//

கல்சுமந்து மண்சுமந்து
கட்டிடம் கட்டியவளே

கருவில் சுமந்த உன் குழந்தை
கரும்பலகை தூக்கட்டும்//

கல்வியில் சிறக்கட்டும்
வாழ்வில் மலரட்டும்
பாரினில் பறக்கட்டும்////

வஞ்சியர்க்கு விஞ்சியது ஏதுமில்லை

உளியின் அடியை
சிலை தாங்கியதால்//

கல் என்ற உருவம்
கடவுளானது//

புகுந்த வீட்டை
விட்டு வந்தமையால்//

மகள் என்ற
உறவு மனைவியானது//

மனைவி மருமகள்
மாதா மாமியாரானாய்//

ஆக்கமும் அழிவும்
ஆண்டவனின்
படைப்பில்//

அடையாளம் இருந்தும்
அங்கீகாரம் இல்லை//

பெண் என்ற
பெயரிற்கு
பெருமையானாய்//

சகலமும் சகித்து
சாதனை புரிந்தாய்//

சரித்திரம் படித்து
பட்டங்கள்
பெற்றாய்//

சங்கடங்கள் தாங்கி
சரித்திரம்
படைத்தாய்//

அன்பை பொழிவதில்
அன்னை ஆனாய்//

அரவணைப்பு கொள்வதில்
ஆண்டவன் ஆனாய்//

முண்டாசு கவிஞனுக்கு
முன்னோடி ஆனாய்//

பார் போற்றும்
உலகில்
பிரபஞ்சம் ஆனாய்//

முடிந்தால் முடியாதது
எதுவும் இல்லை//

வெஞ்சியற்கு விஞ்சியது
ஏதுமில்லை வாய்ப்பிருந்தால்//

தமிழ் பேசும் அறம்

என் உயிரில் கலந்த தமிழே//

என் நாவில் நடனமாடும் நடனக்காரியே//

என் உடன் பிறப்பு
உதறினாலும்//

என்னுடன் ஒட்டி
உறவாடும்
உறவுக் காரியே//

அன்னையின் கருவில்
ஆனந்தம் ஆனாய்//

அகிலத்தை பார்த்தபோது
அழகு கொஞ்சலானாய்//

தீஞ்சுவை தமிழின்
சிறப்புக் காரியானாய்//

திகட்டாத மொழிக்கு
உறவுக் காரியானாய்//

முண்டாசு கவிஞனின்
பாரதி கண்ணம்மாவே//

செக்கிழுத்த செம்மலின் சீர்மிகு
பேத்தியே//

கம்பனின் கட்டுத் தறிக்கு
கயிரானவளே//

முப்பால் நாயகனுக்கு
முடிசூடா
மகாராணியே//

மூவேந்தரின் மொழிக்கு
உறவுக்கு உரியவளே//

முக்கனியின்
சுவைக்கு
திகட்டாத இன்பமானவளே//

மூவுலகையும் ஆட்சி
புரியும்
ஆளுமையானவளே//

முடிசூடா மன்னனின்
பட்டத்து
மகாராணியே//

தமிழ் பேசும் அறம்//
சங்கடம் தவிர்க்கும் வரம்//

பெண்மையின் வலிமை

அழகிய பெண்ணே
ஆடம்பர மற்றவளே //

உணர்ச்சி உண்மையை
உரைக்கத் தெரியாதவளே//

உயிரே போனாலும்
ஒதுவதை விடாதவளே//

வீரப் பெண்மணி விவேகத்தை உடையவளே//

பட்டாம் பூச்சியாய்
பாரினில் பறப்பவளே//

பாலியல் பலாத்காரத்திற்கு
பலிகடா ஆகாதே//

பாவி மக்களை பாதத்தால் மிதித்துடு//

கற்புக் கண்ணகி தங்கச்சி ஆனவளே//

காமுகன் வெறியனை கடைக்கண்ணால்
எரித்திடு//

கொஞ்சிப் பேசும்
பிஞ்சு பைங்கிளியே//

வண்ணக் கனவுகளில்
வாலிபத்தை இழக்காதே//

கால ஓட்டத்தில்
விதியை நோகாதே//

ஆணுக்கு
நிகர்
ஆற்றல் கொண்டவளே//

அகிலத்தை ஆளும்
ஆளுமை உடையவளே//

கடவுளின் படைப்பில்
கற்பக விருட்சமாவாய்//

கண்ணுக் கெட்டிய கங்கையும் நீயாவாய்//

சுற்றி வந்து
கும்பிடுவதற்கு எல்லைக் காளி நீயாவாய்//

பெண்மையைப் போற்றும் பாரதத்தின்//

புனிதமான கடவுளாவாய்
போற்றி வணங்கும்
சாமியாவாய்//

பூந்தென்றலே
புயலாய் மாறு

உன் அன்னையால்
ஈரைந்துதிங்கள்
சுமக்கப்பட்டவளே//

உன் மழலையை
ஈரைந்துதிங்கள்
சுமந்தவளே//

பசிப்பிணி போக்குபவளே
பாரினில் தன்னிகரற்றவளே//

அடிமைகள் செய்பவரை
அள்ளி தூற்றிடடி//

பட்டங்கள் ஆள்வதும்
சட்டங்கள்
செய்வதும்//

பாரினில் பெண்களே
நடத்த வந்தோம்//

வெந்ததணிந்தது
போறும்
வெகுண்டெழுந்திடடி//

அடுக்கலை சமையலுடன்
ஆகாயத்தில்
பறப்பவளே//

மழலைக்கு மம்மூட்டி
மானிட்டரில்
மறப்பவளே//

மாமிமாமன் மருந்துக்கு
மின்னஞ்சல் செய்பவளே//

கரம்பிடித்த மணவாளனுடன்
கைப்பேசியில்
கலகலப்பவளே//

வீட்டு வேலையையும்
விடாமல் செய்பவளே//

கண்ணிமைக்கும்
நேரத்தில்
கற்புக்கு
களங்கமிழைப்பவரை//

கரம்ஒடித்து காலடியில்
காழுகனை
மிதித்துடடி//

பாரதி கண்ட
புதுமைப் பெண்ணே//

பாரதத்தின் யுத்த
கள நாயகியே//

பொறுத்தது போதும்
பொங்கி எழுந்திடடி//

புதுயுகம்
காண
புறப்பட்டு
கிளம்படி//

கவிதை தினம்

என்எழுத்தால் பிரசவிக்கப்
பட்டவளே//

எழுத்தால் பெருமை சேர்ந்த பிறப்பே//

ஈன்ற பிள்ளை
பாசத்தை விட
எழுத்தாணி பிள்ளை பாசமே
அளப்பறிது//

மென்மையான
வரிகளையும்
இனிமையான ஓசையையும்//

அழகான வார்த்தைகளையும்
எழுத்தாணியால்
பொதிக்கப்
பட்டவளே//

ஆன்ற கவிஞர்களையும்
அடக்கி ஆள்பவளே//

கம்பனின் கதாநாயகியே
பாரதியின் கண்ணம்மாவே//

ஒளவையின் அழகுப்பேத்தியே

வள்ளுவனால்
வளர்க்கப்பட்டவளே//

இளங்கோவனால்
இரசிக்கப்பட்டவளே
ஏட்டினிலே வாழ்பவளே//

இன்னிசை மழை பொழியும்
கவிதையின் கதாநாயகியே//

அழகு நங்கைக்கு
அகவை நாளாம்
ஆன்ற பெருமை
சேர்க்கும் நாளாம்//

கவிஞர்களின் எண்ணங்களை
ஏட்டினிலே படைத்தவளே//

அழகான கவிதைக்கு
ஆன்றோர்களின்
அகவை தின வாழ்த்துக்கள்//

புறத்தோற்றம்

♥

முத்தாய்ப்பு கருத்தாக
புறம் ஒன்றே உண்மையென//

திறமாக நம்பாமல்
அகத்திணையேயே ஆராய்ந்தால்//

கண்ணால் காண்பதும் பொய்யே//

காதால் கேட்பதும். பொய்யே//

தீரவிசாரிப்பதே மெய்யென்று//

முதுமொழியின்
உண்மையினை
சாற்றுகின்றேன்//

புறத்தினிலே இனிமையையே
நிறமாக கொண்டிட்ட//

குயில் அதனின்
குரலினிலே என்னேஇனிமை//

புறத்தினிலே வண்மையையே
முள்ளாக கொண்டிட்ட
பலாச்சுலையின்
சுவையினிலே
என்னே இனிமை//

புறத்தினிலே முட்களையே
சுற்றியே கொண்டிட்ட
ரோஜா மலரின்
அழகினிலே என்னே இனிமை//

புறத்தினிலே வடுக்களையே
அம்மையென கொண்டிட்ட
அம்பாளின் கருணையிலே
என்னேஇனிமை//

உழைக்கிற உழைப்பாளி
புறத்தோற்றம் கண்டாலே//

வாட்டமுற்று காட்சிதரும்
உழைப்பின் ஊதியமான
பணத்தினின்
மகிழ்ச்சியிலே
என்னே இனிமை//

தாய்நாட்டின் புறத்தோற்றம்
எல்லையதன் வரையறையில்
முத்துக்கள் உப்புநீரும்
வடத்துக்கு பனி இமையையும்
என்னே அழகு//

குந்துவதற்கு குடிசையும்
குடிப்பதற்கு கூழும்
குஷியான குடும்பத்துடன்
கும்மாளம் போடும்
குடிமக்களின் அழகே என்னே இனிமை//

எந்தஒரு மகவிற்கும்
சொந்தமான தாயவளின்
கண்டிப்பான வார்த்தைகளும்
அடுத்தடுத்த அடிகளுமே
புறத்தோற்றமாய் தெரிந்திருந்தால்
புகுந்த வீட்டில்
என்னே இனிமை//

தூங்கியது போறும் துயிலெழு

சின்னஞ்சிறு பெண்ணே
சிங்கார கண்ணே//

சீமாட்டிச் செல்லமே
சிந்தை கலங்காதே//

தூங்கியது போறும்
துள்ளி எழுந்திடடி//

பொறுத்தது போறும் பொங்கி
கொப்பளித்தடடி//

பாதகம் செய்பவரை
பாரினில் கண்டாள்//

மையிட்ட கண்ணினாள்
மாயவனை எரித்திடடி//

பாரதி புதுமைப்பெண்ணே
பட்டு வர்ண பைங்கிளியே//

காமக் கண்ணுடையவனை
கண்டதும் சுட்டுவிடடி//

அடிமைத்தனம் ஆண்களை
அடக்கவே புறப்படடி//

பட்டங்கள் பலபெறவே
பாரினில் சுற்றடடி//
கல்விக் கண்களை

கசடறக் கற்கவே
கண்ணியமாய் படித்தடடி//

அடுப்படி வேலையுடனே
ஆகாயத்தில் பறந்திடடி//

மாமி மாமன் மருந்துக்கு
மின்னஞ்சல் செய்பவளே//

செக்கிழுத்த செம்மலின் சீர்மிகு பேத்தியே//

செல்லக் குழந்தைகளின்
சிங்காரப் பெட்டகமே//

பகலவனும் புறப்பட்டான்
பாரினிற்கு ஒளிதரவே//

படுக்கையை விட்டு
எழுந்திரடி
பட்டான பொக்கிஷமே//

காலங்கள் மாறினாலும்
காட்சிகள் மாறாது//

காட்சிகள் மாறினாலும்
நினைவுகள் ஆயிரம்//

ஆயிரம் வேலைகளால்
ஆபத்தை தேடாமல்//

அதிகாலை கண்விழித்து
அலுவலகம் புறப்படடி//

அகவை வாழ்த்து

♥

சிறகடிக்கும்
சிந்தனையின் சிங்காரியே//

சீரிய முறையில்
நடப்பவளே//

சிறந்த நல்லாட்சி புரிபவளே//

ஆளுமை கவிஞர்களின்
படைப்பாளியே//

ஆன்ற குருவின்
அடிமையானவளே//

அழகு சாதன
பெட்டகமே//

சிந்திக்க தூண்டும்
ஜீவராசியே//

அகவை நூறுநாள்
ஆனால்//

அறிவு பெட்டகத்தில் ஆயிரம்யுகம்
கடந்தவளே//

உன்னோடு பயணிப்பதில்
என்அகவையும் கூடியதே//

இனியும் இனிதாக
இனிமையுடன் பயணிப்போம்//

அகவை ஆயிரம் ஆண்டுகள் கூடும்வரை//

அழகான ஆன்ற
கவியுடன்//

இன்னும் சாதனை புரிவோம்//

வாழ்த்தும் அகவை
எனக்கில்லை//

வணங்கி மகிழ்ந்து
அகமகிழ்கிறேன்//

முதல் வாழ்த்தின்
முத்தாய்ப்பிற்கு//

முன்னுரிமை அளித்த
முனைவர்களுக்கும்//

அகமகிழ் நன்றியுடன்
அளப்பறியா ஆனந்தம்//

தன்னிகரில்லா தந்தைக்கு

♥

தன்குலம் தழைத்தோங்க
தன்னுயிரை அண்டமாக்கி//

தாயின் கருவிற்குள்
தன்னையே அர்ப்பணித்து//

தன்குலத்தை தரிசிக்க
ஈரைந்து மாதங்கள்//

இறைவனிடம் இறைஞ்சிய
இணையற்ற தியாகமே//

தியாகத்திற்கு மறுபிறப்பே
தெய்வத்திற்கு
இணையுறவே//

துவண்டிடும்
நேரத்தில்
தன்சுகத்தை பாராமல்//

நித்திரைக்கு ஓய்வு கொடுத்து
நித்தமும் கண்விழித்து//

இமைக்ககவும்
மறந்திட்ட
இரத்தத்தின்
இரத்தமே//

பொய்யான தோற்றினிலே
மெய்யாக மகிழ்வித்து//

துயரங்களை துச்சமாக்கி
தோள்மீது சுமந்துக்கொண்டு//

போராட்டங்களைத்
தாங்கிக்கொண்டு
பட்டங்களுடன்
பறக்கவிட்ட//

வடம்பிடித்து
இழுக்கும்
இரதத்தின் சாமி
நீயன்றோ//

என்னைப் பார்க்கவே
உன்னையே
பிம்பமாக்கி//

மெய்ப்பிம்பத்தை காணவே
தன்பிம்பத்தையே
பாதரசமாக்கி//

தரணியிலே
தழைத்தோங்க
தன்னையே அர்ப்பணித்த//

தன்னலமற்ற
தகப்பன் சாமி
தரணியிலே நீயன்றோ//

தரணியிலே தன்பிள்ளை தலைநிமிர்ந்து
நடக்கவே//

எல்லைசாமிக்கு
ஆடாக
தன்னையே
அர்ப்பணித்த//

சுடலைமாட சாமிக்கு
தன்னையே சூடமாக்கி//

சுற்றிவந்து கும்பிடும்
குலசாமி நீயன்றோ//

யானைமுகத்தனும்
பன்னிரண்டு கரத்தனும்//

ஐயப்ப சாமியும்
ஐந்து தலை அம்மனும்//

அருகினிலே இருக்கையிலே
ஆலயம் செல்வானோ//

தாம்பூலம்
கதளிபழம்
தட்சணையாக
தருவானே//

கன்னத்திலே போட்டுக்கவும்
சுற்றிவந்து
கும்பிடவும்//

குலதெய்வம் நீயன்றோ
கும்பிட்டுக்
கொள்வோமே//

முதியோர் இல்லத்தை
அழிப்போமே//

இரவின் மடியில்

♥

அழகிய மதியின் அற்புதமோ//

ஆனந்த இரசிப்பின் களிப்பிடமோ//

அழகான இரவின்
இரசனையிலே,//

மதியின் அழகில்
மயங்கியே//

மறக்க முடியாத
காட்சியிலே//

மாமன் மகளும்
மனக்கண்ணிலே//

மதியின் அழகில் போட்டியிடவே//

சிந்தை கலங்கி நிற்கையிலே//

மதியோ மரகதமோ
மறிக்கடலோ//

மனம் மகிழ்ந்த
கற்பனையிலே//

மனக் கண்ணின்கோலத்திலே//

மதியின் ஒளியின்
இரவினிலே//

இரவின் மடியில்
இரசிக்கையிலே//

இதயம் நிறைந்த
மகிழ்பினிலே//

ஏற்றம் மிகுந்த
வாழ்வுபெற//

இனிய நினைவின்
நினைப்பினிலே//

இயற்கை அழகை

இரசித்தனரோ//

என்னுள் முறிந்த சிறகுகள்

♥

அழகு தமிழில்
பழக நினைத்தேன்//

ஆசை மொழியில்
பேச நினைத்தேன்//

ஆரம்பக் கல்வியை அழகாக பயில//

அந்நிய மொழியால்
திண்ணிய மானதால்//

என்னுள் முளைத்த
முறிந்த சிறகானேன்//

விவசாய நிலத்தில்
விளையாட நினைத்தேன்//

சுவாச மண்ணில்
பறந்தாட மகிழ்ந்தேன்//

ஆயாசமாக இளைபாற ஆடி ஓடி
பறந்தேன்/

விளைநிலமும் வீடாக
பட்டாவாக போனதால்//

என்னுள் முளைத்த
முறிந்த சிறகானேன்//

இயற்கை காற்றை
சுவாசிக்க நினைத்தேன்//

செயற்கை மரத்தை இரசிக்க தவிர்த்தேன்//

ஆழ்கடலின் ஆராவாரத்தில்
அடிஒடும் ஆனந்தத்தில்//

சூழ்கடலின் மாசிலே
சுகாதாரம் மறைந்தோட//

இயம்ப இயலா
எண்ண எழுச்சியிலே//

என்னுள் முளைத்த
முறிந்த சிறகானேன்//

பட்டாம்பூச்சி பருவத்தில்
தட்டிக்கேட்கும் சமயத்தில்//

துள்ளி மகிழ்ந்து குதித்து விளையாட //

சொல்ல நினைக்கும் சமயத்திலே//

சொல்லி மாளாத
வகுப்புகள் சுமையாகப்போனதால்//

என்னுள் முளைத்த முறிந்த சிறகானேன்//

பூத்துக் குலுங்கும் பூவாய் நினைத்தேன்//

காய்த்தக் கொடுக்கும்
மரமாய் எண்ணினேன்//

சாய்ந்துப் படுக்கும்
தோழனாய் இரசித்தேன்//

கொஞ்சி குலாவும் தாயாய் மகிழ்ந்தேன்//

மரம்வெட்டி மரத்தடியில்
மழலைகளும்
மகிழ்ச்சியாக//

மரம் வளர்ப்போம் மழை பெறுவோம்
பதாகை பண்ணுகையிலே//

என்னனள் முளைத்த முறிந்த சிறகானேன்//

பழைய நினைவுகள்

பால்யவயதிலே பள்ளிக்கூடத்திலே
பெட்டிக்கடையிலே
சின்னமிட்டாயையே//

காக்காகடியில் எச்சில்கடித்து நண்பர்களோடு
சுவைக்கையிலே//

விரைவுஉணவகத்திலே வேகாத உணவையே
தனியாளாக தின்கையிலே//

பகுத்துண்ட நினைவுகள் பர்கரில் தோற்றேதே//

குழந்தைக்கு தூளிகட்ட அம்மா புடவை
தூளியானபோதும்//

வாத்தியாருக்கு பயந்து அம்மாபுடவையில்
மறைந்தபோதும்//

அப்பாவின் அடிக்குஒளிய அம்மா
சீலைதிரைசீலையானபோதும்//

அடைந்த மகிழ்ச்சியின்
அளவற்ற ஆனந்தம்//

ஆயிரம் ஆடைகளால்
அலங்கரித்தபோதும்//

அம்மாவின் புடைவையிலே அத்தனையும்
தோற்றேதே//

அரும்புமீசை துளிர்க்கையிலே
முறைமாமன் பெண்ணிற்கு//

ஆளற்ற இடத்திலே
ஏதுமறியாபருவத்திலே ஐலவ்யூசொன்னபோது//

அவிச்ச இட்லியும்
கெட்டிச்சட்னியும் மணமணக்கும்
சாம்பாரும்//

அலுமினியத் தட்டிலே
ஆசையாக
வாங்கியபோதும்///

சடுகுடு ஆட்டத்தில்
சகாக்களோடு சண்டையிட்ட போதும்//

பிரெஞ்ச் தாடியும்
ஐடிமனைவியும்
ஆடம்பரடின்னரும்
ஆன்லைன்கேமும்//

வியர்க்க வேலைசெய்து
விலைகொடுத்து
வாங்கியதில்//

பழைய நினைவுகளில்
பொக்கிஷமாக
ஆட்டோகிராப்சேரனாய்
அங்கலாய்த்தேனே/

அடுத்தவீட்டு கல்யாணத்திற்கு
ஆடிஓடி உழைக்கையிலே//

மாமன்மகளும் மறைந்திருந்து
பார்க்கும் சமயத்திலே//

வரவேற்ப்பில் சந்தனமும்
வாசலிலே கற்கண்டும்//

வாஞ்சையுடன் வரவேற்பும்
வண்ணவிளக்கின் நல்வரவும்//

வாழைமரமும்
வீதிதோறும் உறவினரும் விழாவை
அலங்கரிக்க//

வரவேற்பில்
வணக்கம்கூறும்
வர்ணஜால பொம்மையும்//

வாசலிலே காசுக்காக வேலைசெய்யும்
வரவேற்பாலரும்//

அந்தக்கால நினைவினிலே
பழையநினைவில் லயித்தேனே//

பொக்கிஷமான நினைவுகளை
புதையலாக சேர்த்தேனே//

ஐடி கம்பெனியில்
கைநிறைய வாங்கினாலும்//

அம்மாவிடம் அடம்பிடித்து
ஐந்துகாசு மிட்டாய்க்கு//

அழுதுஅழுது
வாங்கிய ஐந்து காசுக்கு ஈடாகுமா//

பத்துவரியில் முடிவதில்லை
பொக்கிஷமான நினைவுகள்//

ஆயுளும் முடியும்வரை
ஆனந்த அசை
போடலாமே//
ஆட்டோகிராப்
படமாக
அங்குமிங்கும்
ஓடவேண்டாம்//

வருடத்திற்கு ஒருநாள்
ஒன்றுகூடி
மகிழலாம்//

மறைந்தபோன
நினைவுகளை
மழலலகளுக்கு ஊட்டலாமே//

பூவினும் மெல்லிய புன்னகை

மங்கையின்
மனதின் புன்னகை//

மனதிற்கு பிடித்தவனுக்கே
மண்டியிடும்//

பூவின் மணத்தில்
தோற்றுப்போகும்//

பிடித்தவனுக்கு மட்டுமே
புரிந்தது//

இயற்கை கொஞ்சும்
இடையாளிடம்//

இடைவிடாத புன்னகையின்
பூரிப்பை//

செல்ல மகளின்
புன்னகையில்//

பெற்ற தந்தையும்
தன்னை மறந்து//

குட்டி இராணியின்
புன்முறுவலில்//

ஈரைந்துமாதம்
சுமப்பும் இன்பமானதே//

ஈரெட்டு அகவை
புன்னகையிலே//

மாமன் மகனும்
மகிழ்ந்தானே//

மூவெட்டு அகவை
புன்னகையிலே//

மும்முடிச்சு போட்டவனும்
புளாங்கித்தானே//

நாலேட்டு அகவை
புன்னகையிலே//

நான்கு சுற்றமும்
மகிழ்ந்தனரே//

ஐயெட்டு வயது
புன்னகையினிலே//

அழகு பெயர்த்தியும்
மகிழ்ந்தனரே//

ஆறெட்டு வயது
புன்னகையிலே//

ஆடிஓடி அமர்கையிலே//

பிடித்தவனுக்கு மட்டுமே
புரிந்தது//

புன்னகை பூவைவிட
மென்மையானது//

புரிந்தும் புரியாமல்
புரிதலிலே//

பூவின் மணமும்
தோற்றதே//

புன்னகையின் முகத்தை பார்க்கையிலே//

குப்பையின் குமுறல்

❤

பள்ளிக்கூடம் செல்லாமல்
பாழும்நிலை ஏனப்பா//

பாரதியின் கனவிற்கு
கண்ணெதிரே காட்சியப்பா//

பெற்றோரின் பிழைக்கு
பிள்ளைகளுக்கு
தண்டனையப்பா/

புத்தகத்தை சுமக்காமல்
குப்பையே
சுமையப்பா//

பெற்ற பிழையப்பா
பிறந்தபிழையப்பா
வந்தப்பிழையப்பா
வயிற்றுப்பிழையப்பா//

வரமான தவத்திற்கும் வாக்கரசி
போடுவெதற்கும்//
வாங்கி வந்த
பிள்ளையின்
வேதனையப்பா//

அரசாங்க சலுகைகள்
ஆயிரம் உள்ளதப்பா//

அடித்தட்டு மக்களின் அவலநிலை
ஏனப்பா//

அப்பப்பா தப்பப்பா
இந்நிலை வேதனையைப்பா//

பாரதியும் கம்பனும்
வள்ளுவனும்
இளங்கோவனும்//

கவியுடன் பிறந்திட்ட கலாச்சார இந்நாட்டில்//

கல்வியற்ற இந்நிலை
கண்கலங்க வைக்குதப்பா//

கண்ணிருந்தும் குருடனாய் இக்காட்சியை
காண்கையிலே//

கரமிருந்தும் ஊனமானேன் இந்நிலையின்
அவலத்திலே//

ஆர்ப்பாட்ட மழையாலும்
சுனாமியின்
ஆட்டத்தாலும்//

சிறுவன் துவண்டு விட்டால்
சின்னஞ்சிறு குடும்பம்
சீரழிந்துபோகுமப்பா//

அப்பப்பா தப்பப்பா
இப்புகைப்படமும்
தப்பப்பா//

தாய்மனம் துடிக்குதப்பா
தம்பியவனை
காண்களையே//

கண்ணிரண்டும்
குளமானதே
காட்சியினை நோக்கையிலே//

சித்திரையே வருக

சித்திரையே வருக
சீர்மிகு தருக//

தங்கத்தையும் வைரத்தையும்
தரணியிலே
தருக//

நல்லாட்சி நளினத்தால் நாட்டுவரை
நலப்படுத்தி//

பொன்னான வாழ்க்கைத்தரம்
பொலிவுடனே வளம் பெற்று//

தப்பேதும் இல்லாமல் முப்பாலின்
வழிநின்று//

சித்திரையே வருக
சீர் மிகு தருக//

நல்வாழ்வு பெற்றிடவே//
வலம்புரிவாய் சித்திரையே//

செம்மொழியாம்
தமிழமுதை செம்மாந்து பருகிட்டு//

இம்மண்ணின் மாந்தரெல்லாம்
இன்புற்று
களிப்படைய//

கையேந்தி வேண்டுகிறேன்
காத்தருள வேண்டுமம்மா//

சித்திரையே வருக
சீர் வளம் தருக//

சிறப்பான வாழ்க்கையும்
பொலிவுடனே வலம்பெற்று//

சீர்பேணி திருத்திட்டு
செந்நெல்லை விளைத்திட்டு//

மேலான விவசாயி
வாழ்வாங்கு வாழவும்//

பூப்பெய்தி பொலிவுடனே பொன்னான
நங்கையரை//

தப்பேதும் இல்லாமல்
பொற்புடனே காத்து வரும்//

சித்திரையே வருக சீர் மிகு தருக//

சீர்மிகுந்த பெற்றோரின்
மனபாரம்
குறையவே//

பார்போற்றும் வாழ்க்கைத்தரம்
பாரினிலே வழிவகுக்க//

பாரினிலே பலர் போற்றும் சீர்வாங்குவாழவே//

சித்திரையே வருக சீர் மிகு தருக//

மனநோயாளிகளே கொஞ்சம் மாறுங்கள்

அழகான மொழியில்
அம்மா இருக்க//

அந்நிய மொழியில்
மம்மிக்கு அடிபணிந்து//

பெற்ற தந்தையை டாடிக்கு கடன்கொடுத்து//

பிறமொழியின் நாட்டத்தில் தமிழ் மொழியை
மறந்திட்டு//

தகப்பனற்ற பிள்ளையாய் தமிழமுதத்தை
இழந்திட்டு//

மனநோயாளிகளே
கொஞ்சம் மாறுங்கள்//

நிலைமாறி தடுமாறும்
மனநிலையே வந்தாலும்//

அலைபோல அவலங்கள் ஆயிரம்
வந்தாலும்//

சிலைபோல சில்வண்டுகள் சிலந்திபோல்
கொட்டினாலும்//

சீர்மிகு பாரதத்தின்
சிறப்புக்கு கேடு தரும்//

பாழ்பட்ட கலாச்சார
பழக்கத்திற்கு அடிமையாகும்//

மனநோயாளிகளே கொஞ்சம் மாறுங்கள்//

மல்லிகை இட்லியும்
மணமணக்கும்
சாம்பாரும்//

மனைவியின் கையாலே மனதார பரிமாற//

உண்பதற்கு கரமும்
சுவைப்பதற்கு நாக்கும்//

நிறைவதற்கு வயறும் புகழ்வதற்கு வாயும்//

பக்கபலமாக பவ்யமாக நிற்கையிலே
பாழும்மனிதா//

உடலுக்குத் தீங்கும்
உயிருக்கு கேடும்//

தேவையற்ற உணவிற்கு
தேடித்தேடி அலையும்//

மனநோயாளிகளே
கொஞ்சம் மாறுங்கள்//

பட்டும் பருத்தியும்
பாரம்பரிய ஆடையும்//

பழம்பெருமை கலாச்சாரத்தின்
பறையெனவே
கூறிட//

நேர்வகிடும் நெற்றித்திலகமும்
நிலம்பார்த்த மங்கையும்//

பழம்பெருமை கலாச்சாரத்தின் புகழெனவே
கூறிடவே//

விரித்த கூந்தலுடன்
கிழிசல் ஆடைஒப்பனையுடன்//

கலாச்சாரத்தையே காசுக்கு நாகரிகமாக
வாங்குபோரே//

மனநோயாளிகளே கொஞ்சம் மாறுங்கள்//

குரல்

♥

அகிலத்தில் பிட்டுக்கு
ஆண்டவனே தொழிலாளி ஆனபோது//

ஆணோடு பெண்ணும்
ஆகாயத்தில்
பறக்கையிலே//

ஆண்டவனின் படைப்பில் அனைவரும்
ஒன்றென்று//

சமத்துவ இனத்திற்கு
சம உரிமைக்கு குரல்கொடு//

உயர்ந்தோர்
தாழ்ந்தோர்
வேறுபாடு அற்று//

கீழ்சாதி மேல்சாதி
சாதிமதம் அற்று//

இட்டார் பெரியோர்
இடாதோர் இழிகுலத்தோர்//

ஒளவையார் கூற்றுக்கு
செவிமடு சாய்த்து//

சமத்துவ சாதியின்
சமஉரிமைக்கு குரல்கொடு//

சமத்துவக் கல்வி
சட்டத்தில்
உள்ளதென்று//

சந்துக்கு சந்து
சப்த ஒலி கோழமிட்டு//

அடித்தட்டு மக்களின்
ஆரம்பக் கல்விக்கு//

அல்லாடும் நிலையினை வேரோடு அறுத்திட//

சமத்துவ கல்வியின்
சம உரிமைக்கு குரல் கொடு//

சாதி என்ற தீயில் வெந்து//

சண்டை என்ற புகையினால் கருகி//

சச்சரவினால் பிணமாக
குவியும் நிலைநீங்கிட//

சமத்துவ சாதியின்
சம உரிமைக்கு குரல் கொடு//

ஒன்றே குலமும்
அன்பே சிவமும்//

அல்லாஹு அக்பரும்
ஆண்டவரின்
மகிமையும்//

நாம சங்கீர்த்தமாய்
நாவில் ஜெபித்திடவே//

நல்லாட்சி நளினத்தால் நாட்டுவரை
நலப்படுத்தி//

தப்பேதும் இல்லாமல் முப்பாலின்
வழியில்நின்று//

சமத்துவ ஆட்சி
சரிசமமாய் நடைபெற//

சமஆட்சியின்
சமத்துவ உரிமைக்கு
குரல்கொடு//

சங்கே முழங்கு

♥

அடுக்களை சமையல் அம்மாவிற்கு மட்டுமே//

அகிலத்தின் செய்திகள்
அப்பாவிற்கு மட்டுமே//

அடிமைத் தனத்திற்கு
சங்கே முழங்கு//

ஆணும் பெண்ணும்
அலுவலகப் பணியிலும்//
அயராது உழைக்கும்
சித்தாளு வேலையிலும்//

ஒன்றான ஊதியத்திற்கு
சங்கே முழங்கு//

ஆடம்பர மக்களின் அந்நிய கல்விக்கும்//

அடித்தட்டு மக்களின் ஆரம்பக் கல்விக்கும்//

சரிசம கல்விக்கு சங்கே முழங்கு//

கிழிசல் மாதிரியில் ஒப்பனை செய்து//

பட்டையும் பருத்தியையும் மறந்த
கலாச்சாரத்திற்கு//

சிகரமாக சீர்தூக்க சங்கே முழங்கு//

பழையதிலே வெங்காயமும்
நாவிலே ஊறுகாயும்//

மல்லிகைப்பூ இட்லியும்
மணக்கும் சாம்பாரும்//

பச்சரிசி சோறும்
மணக்கும் கத்தரிக்காயும்//

நீர்ததும்ப காரத்தோடு நெய்வாசத்தோடு
நிறைந்திருக்க//

விரைவு உணவகத்தில்
வேகாத உணவிற்கு//

வீறுநடை போடாதிருக்க
சங்கே முழங்கு//

கண்ணிறைந்த கணவனும்
கனிவான மழலைகளும்//

கள்ளங்கபடமற்ற உறவுகளும்
மூத்தோரான மாமி மாமனும்//

முன்னறையில் அமர்ந்திருக்க முகநூலின்
நட்பிற்கு சங்கே முழங்கு//

வாய்விட்டு பேசுவதற்கு வாசலிலே உறவிருக்க//

வந்தனத்தோடு வாழ்த்துரைக்க வாஞ்சையோடு
நட்பிருக்க//

வாட்ஸ்அப்பில்
வணக்கத்திற்கு சங்கே முழங்கு//

முண்டாசு கவிஞனும் மூவேந்தர் பேரரசும்//

முப்பால் நாயகனின்
மூன்று அதிகாரங்களும்//

செம்மொழியாம் தமிழ் நாட்டில் சிறப்பாக
ஆட்சி புரிய//

சீர்தூக்கி சிரசோடு
தமிழன்னையைக் காக்கவே//

அந்நிய ஆதிக்கத்திற்கு சங்கே முழங்கு//

விதையே நீ வளர்க

தண்டவாளத்தின் இடையே
சஞ்சலமின்றி
சங்கமித்தவளே//

நிறைவடையும் போகும் சகாப்தத்தில்
நிம்மதியாக இருப்பவளே//

உன்னிடத்தை எவரோ
பிடித்தன் விளைவோ//

இரும்பு தண்டவாளத்தின் இதயத்தில்
நுழைந்தாயோ//

விதையின் வீரியத்தின்
இடைவிடாத முயற்சியால்//

கடக்கும் தண்டவாளத்தில்
கண்ணெதிரே முளைத்தாயோ//

இடைவிடாத போராடி இதயமற்றவரை
தோற்கடித்தாயோ//

முடியுமென்று போராடி
முயற்சியுடன் வென்றாயோ//

ஈரமற்ற தண்டவாளத்தில் இதயமும்
நிறைந்திருக்கும்//

ஈரமுள்ள இதயமான உங்களிடம்
வஞ்சனையோ//

என்னவளும் என்னருகே இதமாக
முளைத்திடுவாள்//

இயற்கையின் படைப்பினிலே
இருவரும் இணைந்திடுவோம்//

இன்னும் பற்பல விதைகளினால்
விருட்சமாகிடுவோம்//

இன்னல்கள் பற்பல ஆனாலும்
இயற்கையை அழிக்காதே//

இயற்கையை வளர்த்திடு
இன்பமாக வாழ்ந்திடு//

வியக்க வைக்கும் விந்தை மனிதர்கள்

♥

ஜைனுலாப்தீன் ஆஷியம்மாவிற்கு அவதரித்த
ஆன்றோரே//

இராமேஸ்வரத்தில் பிறந்து மீனவத்தில்
வளர்ந்தவரே//

வல்லரசு இந்தியா கனவு
கண்டவரே//

இந்திய ஏவுகணையின் ஏகாதிபத்தியத்தின்
எஜமானவரே//

பொறியாளராகவும்
விஞ்ஞானியாகவும்
அறிஞராகவும்
அவதரித்தவரே//

இந்தியாவின் சாதனையாளரே
இளைஞர்களின் இதயமே//

பத்மபூஷன் பத்மவிபூஷன்
பரிசுக்கு
பரிச்சியமானவரே//

எண்ணிலடங்கா விருதுக்கு
எடுத்தியம்ப எடுத்துக்காட்டனவரே//

அக்கினிசிறகின்
அரவணைப்புக்கு
அதிபதியே//

ஆடம்பர மற்ற
ஆர்ப்பாட்டமற்ற ஆனந்த
ஆண்மகனே//

இறுதிவரை இல்லறமற்றவரே
இந்தியாவின் இளைஞனே//

சாதனையின் சான்றாக
செய்தித்தாளின்
செய்தியாக//

சிறக்கப்போவது சிந்திக்காமல் செய்தித்தாள்
போட்டவரே//

மரணமும் உன்னுரையில்
மயங்கிய சமயத்தில்//

மேடைப் பேச்சில் மரணத்தை மணந்தாயோ//

பிறப்பை சம்பவமாகும்
இறப்பை சரித்திரமாக்கியவரே//

உன்னுடல் புதைக்கப் படவில்லை
மண்ணினிலே//

பூமியில் விதைக்கப் பட்டுள்ளாய்
விதையாக//

காயாத கர்ப்பக விருட்சமாய் வளர்ந்திடுவாய்//

களையெடுத்து
கனிகொடுத்து
கண்போல கண்ணாகிடுவாய்//

வாய்ப்பிருந்தால் வந்து
வரப்பிரசாதமாய்
வல்லரசாக்கு//

அப்துல்கலாம்
எங்கள் ஏ.பி.ஜே.
அப்துல்கலாம்//

வாய்ப்பு இருந்தால் வந்து போ

அன்பின் அடைக்கலமே
அடக்கத்தின் பண்பாளரே//

அமைதியின் சிறப்பிடமே
அமைதி நோபலின்
அம்மையே//

ஆதரவற்றோரை அரவணைத்தவரே//
தொடமுடியாதவரை கட்டித் தழுவியவரே//

அன்பின் அடைக்கலமே அடக்கத்தின்
பிறப்பிடமே//

அமைதியின் அழகே
சாந்தத்தின் சொருபிணியே//

தொடமுடியாத தோழர்களுக்கு
தோலுக்கு தோழமையே//

ஏக்காளமாக எச்சிலை பரிசாகப் பெற்றும்//

ஏளனம் பாராமல்
எளியோருக்காக இறைஞ்சினாயே//

சேரிக்குள் சென்றாயே
செல்வங்களுக்கு தாயானாயே//

தாரமாக மாறாமல்
தாயாக மாறினாயே//

அமைதிக்கான நோபலை
அடக்கத்துடன் பெற்றாயே//

ஈன்ற தாயை விட
ஈடற்ற அன்புடையவளே//

ஆதரவு ஆற்றோர்
அவரின் குழந்தைகள்//

முடியாத உறவுகளின்
மூத்த சகோதரி//

நோய் கண்டோரை
நேசக்கரத்தோடு தூக்குபவரே//

மணம் புரிந்தால்உன்மழலைக்கு மட்டுமே
அன்னையாவாய்//

மணமே புரியாததால்
வையகத்திற்கே அன்னையானாய்//

உன்னுடல் மட்டுமே பெட்டிக்குள்
உன் இதயம் என்னவோ
எங்கள் உள்ளத்தில்//

வாய்ப்பிருந்தால் வையகம் வந்துபோ அன்னை
தெரேசாவே//

கைப்பேசி

அரட்டைக் கச்சேரியில்
அம்மாவிடம் அடிவாங்கியவளே//

அப்பாவிடம் அவுட் கோயிங் ரீசார்ஜிற்காக
அடமானமானவளே//

அண்ணனுடன் சார்ஜருக்காக போராடும்
சண்டைக்காரியே//

காதோடு காது காதலனுடன் பேசும் காதலியே//

தலையணைக்கடியில் தவிப்போடு தவிக்கும்
தவிப்பிற்குரியவளே//

ஆன்லைன் வகுப்பில் ஆஃப்லைன் ஆகுபவளே//

அத்தானின் குரலிற்கு அன்போடு ஏங்குபவளே//

நல்லதையும் கெட்டதையும் நயமாக
கூறுபவளே//

செல்லும் இடமெல்லாம்
கையிலே இருப்பதால் கைபேசிஆனாயோ//
சென்றஇடமெல்லாம் சேர்ந்தே வருவதால்
செல்ஃபோன் என்றாயோ//

வீழ்ந்தது விதையாகும்

தீண்டாமையை ஒழிக்க
பாடுபட்ட அண்ணல்//

நாட்டிற்காக தன்னையே செக்காக்கிய
சிதம்பரனார்//

தொழுநோயாளியையும் தொட்டு தூக்கிய
அன்னை தெரேசா//

கவிதைகளால் மக்களுக்கு
விழிப்புணர்வூட்டிய பாரதி//

இளைஞர்களின்
முயற்சிக்கு
மூச்சுக்கொடுத்த அப்துல்கலாம்//

பொதுசேவைக்காக தன்னையே
சேவையாக்கிய பாவாணர்//

புவியீர்ப்பு விசையை கண்ட நியுட்டன்//

சோற்றுக்காக சேற்றில் நடக்கும் விவசாயி//

நாட்டிற்காக கணவனையே தியாகமாக்கிய
வேலுநாச்சியார்//

ஆணுடையில் ஆங்கிலேயருடன்
போரிட்ட
ஜான்சி ராணி//

இவர்கள் விதைத்தது விதையாயினும்//

விளைந்தது விருட்சமாகும்//

அன்னையின் முத்தம்

♥

அண்டத்தோடு விந்தணுவோடு
அழகான கருவையும்//

ஈரைந்து மாதத்தின்
சுகமான சுமையுடன்//

பேறுகால போராட்டத்தில்
பிள்ளையினை பெற்றெடுத்து//

உறவிற்கு உரிமைக்காக
உறவோடு
நாம மிட்டு//

உதிரத்தை பாலாக்கி
உணவினை தியாகமாக்கி//

சேலையினை தூளியாக்கி
வேலையினை தியாகமாக்கி//

நித்திரைக்கு ஓய்வு கொடுத்து
நித்தமும் விழித்து//

பாயோடு நோயோடு
போராடி படுக்கையிலே//

அன்பினை மருந்தாக்கி
அள்ளி அணைத்திட்டு//

பிணியும் குணமாக
பிள்ளையாரை வணங்கி//

ஈன்ற மழலையின்
இன் முகத்தை பார்த்திட்டு//

நெற்றியிலே ஒத்தெடுத்த
முத்தத்திற்கு ஈடேது//

எந்தன் கடைசி பக்கத்தில்

♥

உழைத்து களைத்து
தேய்ந்த உடலையும்

ஓய்வின்றி படித்த
அறிவின் ஆற்றலையும்

ஓடியாடி உழைத்த காலத்தின் அருமையையும்

முடிந்துபோன இளமையின் நினைவுகளை

முதிர்ச்சி பருவத்தில் மூப்பு நிலையில்

எந்தன் கடைசி
பக்கத்தில் தேடுகிறேன்

முன்னே இனித்த காதலின் பேச்சையும்

முந்தாணை முடிச்சில்
தலையணை மந்திரத்தையும்

மூத்தோர் சொல்லின் நெல்லிக் கனியையும்

முன்னே புரிந்து
பின்னே இனித்தபோது

சொற்களின் பொருளும்
புரியும் நிலையிலே

வார்த்தைகளின்
வாக்கியம்
வாழ்விற்கு வரமானபோது

எந்தன் கடைசி பக்கத்தில் வார்த்தையை
தேடுகிறேன்

பள்ளிப்படிப்பில் பால்யப் பருவத்தில்

கல்லூரி படிப்பில்
காதலியின் கொஞ்சலில்

வாலிபப் பருவத்தில் வாழ்க்கை தேடலில்

வரதட்சணை கொடுமையால்
வாழ்க்கையை தொலைத்து

வறண்ட வானிலையாக
வாழ்க்கையும்
வரமானபோது

எந்தன் கடைசி பக்கத்தில் வாழ்க்கையை
தேடுகிறேன்

பாயோடு நோயோடு
படுக்கையில் விழுந்தபோது

வாயோடு வயிற்றோடு வளர்த்த வாரிசுகள்

பாகத்திற்கு சண்டையாக பாரதப்போரும்
நடக்கையிலே

வாரிசுக்கும் வரப்புக்கும் வாசலிலே
வாதாடுகையிலே

பாசத்தோடு எமனும்
பாசக்கயிற்றால் வரவேற்க

உயிரும் போனபின்பு பாடையிலே ஏறுமுன்பு

பாசத்தின் பந்தத்தினை
கடைசி பக்கத்தில் தேடுகிறேன்

தேடலின் தீர்வு

வாரிசின் தேடலுக்கு
வாழ்க்கையோடு போராட்டம்//

வளர்ப்பின் தேடலுக்கு
பெற்றோரோடு போராட்டம்//

கல்வியின் தேடலுக்கு
அறிவோடு போராட்டம்//

வெற்றியின் இரகசியத்திற்கு
படிப்போடு போராட்டம்//

முன்னேற்ற தேடலுக்கு
வேலையோடு போராட்டம்//

ஊதியத்தின் தேடலுக்கு
உழைப்போடு போராட்டம்//

பந்தத்தின் தேடலுக்கு
பாரயாளுக்கு போராட்டம்//

பிள்ளைக்கு முதன்மையெழுத்தாக
கட்டிலோடு போராட்டம்//

பிள்ளையின் வளர்ப்பிற்கு
பணத்தோடு போராட்டம்//

காலத்தின் கடமைக்கு
கணினியோடு போராட்டம்//

போராட்டத்தோடு போராடி
போர்க்களமான வாழ்க்கையை//

புதுவேக யுத்தத்தில்
பூரிப்போடு முடித்திட்டு//

வெற்றிகனியை பிடித்திட்டு
வீராப்புடன் நிற்கையில்//

தொலைத்திட்ட இளமைக்கு
முதுமையோடு போராட்டம்//

இழந்திட்ட நேரத்திற்கு
உறவோடு போராட்டம்//

மருத்துவப் பரிசோதனையில்
நோயோடு போராட்டம்//

வளர்த்திட்ட வாரிசுகள்
சொத்துக்காக நிற்கையிலே//

வரப்பிற்கும் வாரிசுக்கும்
வக்கீலோடு போராட்டம்//

படுக்கையில் மலஜலமும்
பாயோடு போராட்டம்//

வாசலிலே எமனும்
பாசக்கயிறோடு நிற்கையிலே//

உறவுகளை விட்டுவிட்டு
உயிரும் போனபின்பு//

பாசத்தை விட்டுட்டு
பாடையிலே ஏறுமுன்பு//

தேர்வின் முடிவையும்
தேடலின் தோல்வியையும்//

திரும்பிப் பார்க்கிறேன்
வாழ்க்கையின் தேர்வு//

வரமளிக்கப்பட்டது ஈசனாலென்று//

நான் வாழும் உலகம்

♥

நல்லவர்கள் நிறைந்து அல்லவர்கள் குறைந்து

அமைதி சூழ்ந்து ஆர்ப்பாட்டம் அற்று

கம்பனும் பாரதியும் கவிபடைத்திட்ட நாட்டில்

கள்ளங்கபடமற்ற மாந்தர்களின் உலகம்

கள்ளங்கபடமற்ற குழந்தைகளின் சிரிப்பும்
கனவுகள் நிறைந்த வாலிபனின் சிரிப்பும்

கவலைகள் அற்ற பெற்றோரின் சிரிப்பும்

மகிழ்ச்சியான மாந்தர்கள் நிறைந்த உலகம்

நெகிழிகள் அற்ற நிறைவான வீதியும்

மாசுக்கள் அற்ற மாசிலா ஊரும்

தூசுக்கள் அற்ற தூய்மையான ஊரும்

சாதுக்கள் நிறைந்த சாந்தமான உலகம்

பட்டங்களும் பதவிகளும் படிப்பினிலே
பெற்றாலும்

பற்பல திறமைகளால் பாரினிலே பறந்தாலும்

வயதின் வேகத்தால் வாழ்க்கையில்
நுழைந்தாலும்

வயதான பெற்றோரை அரவணைக்கும் உலகம்

காதும் வாயும் செயலற்று போனாலும்

கண்ணின் ஞானத்தால் கல்வியினை வளர்த்திட்டு

ஞானிகள் போற்றும் ஹெலனை
உருவாக்கிய
கனிவான ஆசிரியர்கள் நிறைந்த உலகம்//

நான் தேடும் பாதை

♥

அல்லவை குறைந்து நல்லவை நிறைந்து//

ஆன்ற அறிஞர்களின் சுவாச பாதையும்//

அறியாமை அகன்று கல்லாமை குறைந்து//

கல்வியறிவு உடைய கற்றவர் பாதையும்//

படிக்கும் குழந்தைகளின் பாலியல்
பலாத்காரத்திற்கு//

மரண ஒலியின் முற்றுப் பாதையும்//

புதுமைக்கும் புரட்சிக்கும் பொலிவான
சமூகத்திற்கும்//

புன்னகையால் மலரும் மெல்லிய பாதையும்//

வரதட்சணை கொடுமையால் வாழ்க்கையை
தொலைத்து//

வாழ்க்கைக்கு போராடும் மங்கையின்
பாதையும்//

முதியோர் இல்லத்திற்கு மூடுவிழா கொடுத்து//

பெற்றோரை ஆதரிக்கும் பொறுப்பான
பாதையும்//

நெகிழியை ஒழித்து
நிலத்தை வளப்படுத்தி//

மண்ணை வளர்க்கும் மாசற்ற பாதையும்//

காந்தியும் கம்பனும்
வான்புகழ் வள்ளுவனும்//

வளர்த்திட்ட இலக்கியத்தின் வளமையான
பாதையும்//

கூலிக்கு மாரடித்து காசுக்கு அழும்//

காசுபண ஆசையற்ற கயவர் பாதையும்//

நீண்ட கனவின் நிம்மதியை நோக்கி//

நித்தமும் தேடுகிறேன்
இத்துணை பாதைகளையும்//

இறைவனின் அருளால் இத்துணை கனவும்//

நான்தேடும் பாதையில் கிடைக்குமென்று
எண்ணத்தில்//

பாதையை நோக்கி
பாதம்நோக தேடுகிறேன்//

கவிதை நிறம் மாறா பச்சோந்தி

♥

குணம் மாறா மனிதர்களும்
மணம் மாறா மலர்களும்//

சுவை மாறா உணவும்
சுவைக்கையிலே எவரும் போற்றுகையிலே//

உலகினிலே உறவினிலே
மனிதரிலே
அருகினிலே
நட்பினிலே நம்மினிலே//

நிறம் மாறா பச்சோந்தி
குணம் கொண்டு உலவுகின்ற//

ஒருசிலரின் கயவர்களின்
கயமையினால்
நாட்டிற்கும் மொழிக்கும்
உறவிற்கும்//

ஊரினிலே உலைவைத்து ஊதலிடும்
கயவர்களின் கயமைதனை கண்டறிந்து//

சமுதாய மேம்பாட்டை சரித்திரத்தோடு
கடமையென கண்ணாக காத்திடவே//

ஜாதியத்தை வேருடனே களைந்திடவே
ஒற்றுமையை ஊருடனே ஒன்றிணைப்போம்//
நிறம் மாறா பச்சோந்தி
குணம் படைத்த
ஒருசிலரால்//

மதியிழந்து மாண்பிழந்து அறமிழந்து
துண்டோடு துதிபாடி போகாமல்//

தேசப்பற்று மொழிப்பற்று
தமிழ்ப்பற்று
செவ்வனே சிரமேற்
தலையினிலே//

உயர்வான உரமான
சமுதாயம்
வளமாக உளமாற அமைந்திடவே//

திண்மையான வண்ணமாய் அமைந்திடவே
ஒன்றிணைய பாடுபட்டு
உழைத்திடுவோம்//

முயற்சிக்கு எல்லையில்லை

♥

முழுமுரமாக ஈடுபட்டு
முழுமனதுடன் இறங்கினால்//

முடியாதது ஏதுமில்லை
முயற்சியும் தோற்றதில்லை//

சிற்பியும் உளியும்
விடாமல் முயற்சிக்கவே//

சும்மா கிடந்த
கல்லும் சாமியானதே//

சிகரம் தொடுவதற்கு
இமயம் ஏறுகிறவன்//

ஏறியபாதையை நினைப்பின்
ஏறும்பாதை கடினமில்லை//

முயற்சிக்கு எல்லையில்லை
ஏறுவதும் சிரமமில்லை//

முயற்சியுடன் பயிற்சியும்
முழுமனதுடன் இருக்கும்போது//

முயற்சி செய்யாவிடில்
அமாவாசையும் பௌர்ணமியாகுமோ//

ஒரறிவு சிற்றெறும்ப்பும்
ஓடுவதை நிறுத்தினால்//

ஒருஇம்மி வயிற்றுக்கு
உணவுயார் தருவார்//

இலக்கை அடைவதற்கு இயன்றவரை போராடு//

எந்நிலையிலும் தந்நிலையினின்று
முயற்சியை மறவாதே//

முயற்சியின் மந்திரத்தை
முழுமனதுடன் கொண்டால்//

எம்மந்திரமும் தோற்குமே
இம்மந்திரத்தின் சக்தியிலே//

அலையின் முயற்சி கரையை தொடும்போது//

அறிவியல் முயற்சியால்
அகிலமே நிலைகலங்க//

மனிதனின் முயற்சிக்கு எள்ளளவும்
சந்தேகமில்லை//

இமயத்தின் உச்சியில் கொடியை நாட்டுவான்//

கனவு நாயகன்
அப்துல்கலாமின் கனவும் நிறைவேறும்//

கனவும் நிறைவேறும்
முயற்சியும் பயிற்சியும்//

முழுமனதுடன் இருந்தால் முடியாதது
ஏதுமில்லை//

முழுநிலவையும் தொட்டிடலாம்//
வெற்றிக் கொடியை
நாட்டலாம்//

கவியரசு கண்ணதாசன்

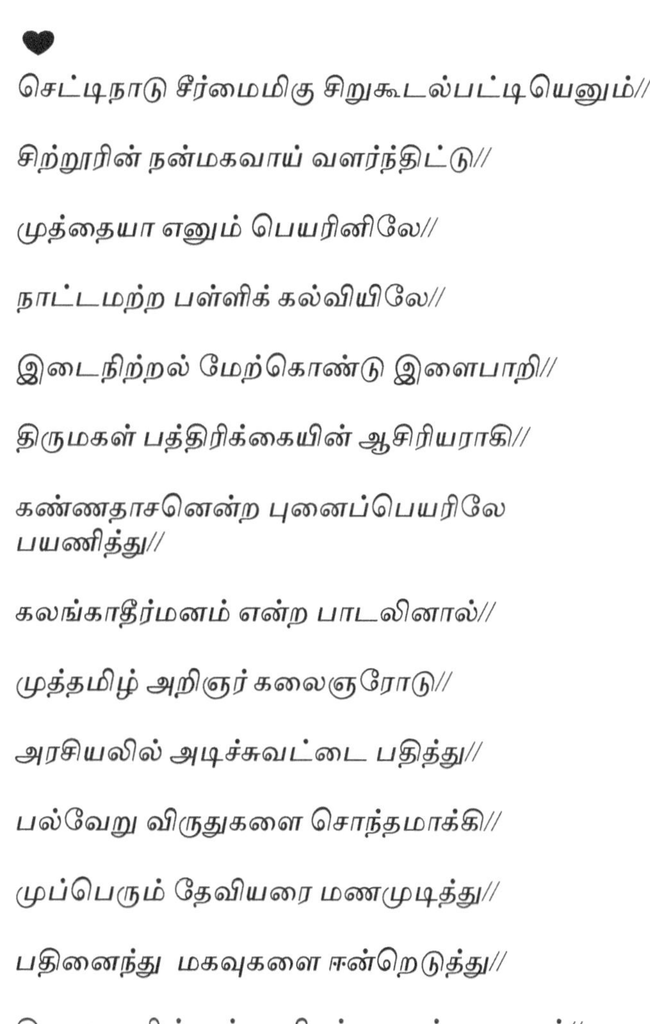

செட்டிநாடு சீர்மைமிகு சிறுகூடல்பட்டியெனும்//

சிற்றூரின் நன்மகவாய் வளர்ந்திட்டு//

முத்தையா எனும் பெயரினிலே//

நாட்டமற்ற பள்ளிக் கல்வியிலே//

இடைநிற்றல் மேற்கொண்டு இளைபாறி//

திருமகள் பத்திரிக்கையின் ஆசிரியராகி//

கண்ணதாசனென்ற புனைப்பெயரிலே
பயணித்து//

கலங்காதீர்மனம் என்ற பாடலினால்//

முத்தமிழ் அறிஞர் கலைஞரோடு//

அரசியலில் அடிச்சுவட்டை பதித்து//

பல்வேறு விருதுகளை சொந்தமாக்கி//

முப்பெரும் தேவியரை மணமுடித்து//

பதினைந்து மகவுகளை ஈன்றெடுத்து//

திரைவானில் எட்டாயிரம் பாடல்களையும்//

உதிரியாக ஆறாயிரம் பாடல்களையும்//

இரசிகர்களுக்கு அளித்த இரசனையானவனே//

அர்த்தமுள்ள இந்துமதமதமும் ஏசுகாவியமும்//

சேர்த்து படைத்த ஏகாதிபதியே//

அல்லாவின் பெயரைச்சொல்லி என்றென்றும்//

இஸ்லாமியத்தையும் போற்றித் துதித்து//

எம்மதமும் தம்மதமாய் சம்மதமாய்//

போற்றி வாழும் சமரசத்தினையே//

மதுவிற்கும் தூரிகைக்கும் அடிமையாகி//

காவியக்கவி கம்பனால் கவரப்பட்டு//

காப்பியக்கவி இளங்கோவனால்
இரசிக்கப்பட்டு//

தேசியக்கவி பாரதியால் தேடப்பட்டு//

தமிழ்த்தாயின் மும்மூர்த்தி வரிசையிலே//

தத்துவத்தை கற்பனையை காதலினை//

நயம்படவே நாற்றிசைக்கும் பரவச்செய்த//

கவியரசு கண்ணதாசன் சீர்மையினை//

கருத்துடனே கண்ணாக காத்திடுவோம்//

தத்துவக் கவிஞனாய் காதலனாய்//

தன்னிகரில்லா கற்பனைக் களஞ்சியமாய்//

காதல் இரசப் பொழிவாய் மனதினிலே//

ஒட்டு மொத்த தலைவனாய் உலகிற்கு//

தமிழ்வானில் தரணிப்போற்றும் தலைமகனாய்//

தற்சார்பு திறனுடனே ஒளிர்ந்திட்டு//

பலகோடி இரசிகரகளை தவிக்கவிட்டு//

சிகாகோநகரினிலே உயிரை விட்டு//

வெற்றுடலாய் விமானத்தில் திரும்பினாயே//

உன்கவிரசத்தை ருசிக்கின்ற நிமிடமும்//

உன்னை அணைத்து முத்தமிட தோணுதே//

தமிழ்மகனே தவப்புதல்வனே தங்கச்சுடரே//

நீ புதைக்கப்படவில்லை மண்ணினிலே//

விதைக்கப்பட்டுள்ளாய் விதையாக//

கற்பக விருட்சமாக வளர்ந்திடுவாய்//

உன்கவிதையை என்றென்றும்
இரசித்திடுவோம்//

நீதி தேடும் போராட்டம் நிதர்சனமான போராட்டம்

வறுமை
நிலையில் வாழ்விற்கு போராடும்//

வசதியற்ற மக்களின் உணவிற்கு போராட்டம்//

வாழ்வாதாரத்தின் வளர்ச்சிக்காக வாழ்விற்குப்
போராடும்//

வாழ்க்கைக்கு போராடும்
வறுமைப் போராட்டம்//

அடிப்படைக் கல்வியின்றி அலையும் அடித்தட்டு
மக்களின்//

அடிப்படை ஆரம்பக்
கல்விக்குப் போராட்டம்//

நீதிதேடும் போராட்டம்
நிதர்சனமான போராட்டம்//

பள்ளிவயது சிறார்களை
பாலியல் வன்கொடுமை//

பாவமறியாத பிஞ்சுகளை
சின்னாபின்னமாக்கும்//

கயவர்களை கண்டிக்கும் கடுமையான
போராட்டம்//

நீதியின் போராட்டம்
நிதர்சனமான போராட்டம்//

குடிகார கணவனின் குடிபழக்கத்தை ஒழிக்கவும்//

பெற்றெடுத்த பிள்ளைகளோடு வாழ்க்கையோடு
வாழவும்//

மாமன் மாமியை கண்ணியமாக கவனிக்கவும்//

மகளாகவும் மருமகளாகவும்
மனைவியாகவும்
மாதாவாகவும்//

மாங்கல்யத்தை அடகிட்டு மானத்தோடு
போராட்டம்//

போராட்டமே வாழ்வுயென்றால் வாழ்க்கையின்
போராட்டம் எப்போது
முடியும் //

நீதி தேடும் போராட்டம்
நிதர்சனமான போராட்டம்

மழையில்லா துளிகள்

படுத்துறங்க முடியாத
மாதாவின் மடியும்//

விரல் பிடிக்க
முடியாத தந்தையின் கரமும்//

ஏடெடுத்து படிக்க முடியாத இளமையின்
வறுமையும்//

வயது முதிர்ச்சியினால் வாலிபம் அடைந்த பின்//

ஏங்கித் தவித்த இளமையின் நினைவுகளை//

இமையைத்தொட்டு இறங்கிய
மழையில்லாத்துளிகள்//

மூன்று வயதில் இழந்திட்ட அம்மாவையும்//

குடும்பத்தை தலையில் சுமந்த அப்பாவையும்//

அம்மாவின் வேலைக்கு அர்ப்பணித்த
அக்காவையும்//

எடுத்து வளர்த்த அண்ணனின் பாசத்தையும்//

கணினிப்பணியில்
நினைக்கிறேன்
கண்ணிலிருந்து விழுந்த மழையில்லாத்
துளிகளாய்//

பருவ வயதில் கிடைத்திட்ட மங்கையையும்//

வாழ்க்கை விளையாட்டில்
கிடைத்திட்ட மழலையையும்//

மாதாவின் மடியில் மழலையுயும்
உறங்கியபோது//

தந்தையின் விரல்பிடித்து மழலையும்
நடந்தபோது//

கணினியில் மூழ்கி மழலையும் கற்றபோது//

ஏங்கித் தவித்த என் இளமையின் நினைவுகள்//

மழையில்லாத் துளிகளாய் கண்ணிலிருந்து
விழுந்தன//

பிட்சாவும் பர்கரும் கடையிலே உண்ட போது//

வண்ண குளிர்பானங்களை வகைவகையாய்
அருந்தியபோது//

சாக்லேட்டுக்கும் கம்மர்கட்டுக்கும் கையேந்திய
காலங்கள்//

கண்முன்னே அசையும் போது//

கண்ணிலிருந்து கண்ணீர் மழையில்லாத்
துளிகளாய் இறங்கின//

எண்ணிலடங்கா ஏக்கங்கள்
எடுத்தியம்ப முடியாத வார்த்தைகள்//

ஏகதாளமாக மனதிலே ஏக்கமுடன்
நிறைந்திருக்க//

சொல்லிலடங்கா வார்த்தைகள்
சொப்பனம்போல் இருக்கக்கூடாதோ//

எண்ணிஎண்ணி பார்க்கிறேன் கண்ணிலிருந்து
மழையில்லாத்துளிகளாய்//

பூமி கனவு உடைந்து போகுதே

♥

சீர்மிகு பாரதத்தை செம்மையாக்கவும்

வறண்ட நிலத்தை வளமாக்கவும்

கரிசல் மண்ணை விளைமண்ணாக்கவும்

பச்சைப் பசேலென்ற காட்சியைக் காண்பதற்கு

கண்கள் இரண்டும் கண்ணீரோடு

சுற்றும் முற்றும் நோட்டமிட்டப்பின்

சுகாதாரமற்ற நெகிழி குப்பைகள்

மலைபோல் மண்ணில் மகிழ்ந்திருப்பதை

கண்ணால் கண்ட பூமித்தாயின்

பூமி கனவு உடைந்து போனதே//

ஆற்று நீரின் அழகை இரசிக்கவும்

அலையென கடலின் ஆராவாரத்தையும்

திரண்டு ஓடும் காவிரியையும்

திக்குமுக்காடி மகிழும் மழலையின்

மகிழ்வில் மகிழ்ந்துப்போன பூமித்தாயும்

மண்ணில் விழும் மழைநீரை

மழைநீர் தொட்டியில் சேமிக்காததை

பொங்கும் கங்கையின் தண்ணீரை விட

பூமித்தாயின் கண்களும் கொப்பளிக்க

நீரின்சேமிப்பில்
பூமிகனவு உடைந்து போனதே//

சுகாதாரமான காற்றைத் தேடியும்

சுற்றும் முற்றும் அலைந்தும்

சுற்றிப் பார்க்கும் இடமெல்லாம்

நச்சுக் கலந்த காற்றினையே

கரும் புகையாக வெளியிடவே

சுவாசிக்க காற்றும் துளியுமின்றி

சுத்தமான காற்றைத்தேடும்
பூமிகனவு உடைந்து போனதே//

எத்தனை எத்தனை இடர்பாடுகள்

எண்ணி லடங்கா
இருக்கையிலே

செயற்கை நச்சால் இயற்கையை

இரணமாக மாற்றம் செயலாலே

இத்துணை இத்துணை துன்பங்களையும்

எப்படி இவளும் தாங்குவாளோ

இவளும் ஒரு பெண்தானே

பூமி கனவு உடைந்து போனதே//

செம்மையான பாரதத்தை சீர்தூக்கவும்

விளைச்சலற்ற மண்ணை விளைமண்ணாக்கவும்

சுகாதாரமற்ற
காற்றை சுத்தமாக்கவும்

நெகிழியற்ற தூய்மையான பாரதத்தையும்

சீர்தூக்கி காப்பாற்றி
செம்மையாக்கி

பூமி
கனவை உடையாமல் பாதுகாப்போம்//

முயற்சிக்கு எல்லையில்லை

♥

மும்முரமாக ஈடுபட்டு
முழுமனதுடன் இறங்கினால்//

முடியாதது ஏதுமில்லை
முயற்சியும் தோற்றதில்லை//

சிற்பியும் உளியும்
விடாமல் முயற்சிக்கவே//

சும்மா கிடந்த
கல்லும் சாமியானதே//

சிகரம் தொடுவதற்கு
இமயம் ஏறுகிறவன்//

ஏறியபாதையை நினைப்பின்
ஏறும்பாதை கடினமில்லை//

முயற்சிக்கு எல்லையில்லை
ஏறுவதும் சிரமமில்லை//

முயற்சியுடன் பயிற்சியும்
முழுமனதுடன் இருக்கும்போது//

முயற்சி செய்யாவிடில்
அமாவாசையும் பௌர்ணமியாகுமோ//

ஓரறிவு சிற்றெறும்பும்
ஓடுவதை நிறுத்தினால்//

ஒருஇம்மி வயிற்றுக்கு
உணவுயார் தருவார்//

இலக்கை அடைவதற்கு இயன்றவரை போராடு//

எந்நிலையிலும் தந்நிலையினின்று
முயற்சியை மறவாதே//

முயற்சியின் மந்திரத்தை
முழுமனதுடன் கொண்டால்//

எம்மந்திரமும் தோற்குமே
இம்மந்திரத்தின் சக்தியிலே//

அலையின் முயற்சி கரையை தொடும்போது//

அறிவியல் முயற்சியால்
அகிலமே நிலைகலங்க//

மனிதனின் முயற்சிக்கு எள்ளளவும்
சந்தேகமில்லை//

இமயத்தின் உச்சியில் கொடியை நாட்டுவான்//

கனவு நாயகன்
அப்துல்கலாமின் கனவும் நிறைவேறும்//

கனவும் நிறைவேறும்
முயற்சியும் பயிற்சியும்//

முழுமனதுடன் இருந்தால் முடியாதது
ஏதுமில்லை//

முழுநிலவையும் தொட்டிடலாம்//
வெற்றிக் கொடியை
நாட்டலாம்//

அநீதி களைவோம்

குழந்தைப் பருவத்தில்
பால்ய விவகாரத்திற்கும்//

பருவ வயதில்
பாலியல் தொந்தரவிற்கும்//

திருமண வயதில்
வரதட்சணை கொடுமைக்கும்//

மணமான காலத்தில்
மாமியின் கொடுமைக்கும்//

விடியலைத் தேடும்
விட்டல் பூச்சிகளுக்கு//

சீக்கிரம் முடிவெடுத்து
அநீதி களைவோம்//

வயதின் முதிர்ச்சியால் வாலிபத்தை இழந்து//

பருவ முதிர்ச்சியால் இளமையைத் தொலைத்து//

மறதின் முதிர்ச்சியால்
நினைவினை மறந்து//

காலத்தின் ஓட்டத்தினால் வாழ்க்கையை
தொலைத்து//

உடம்பின் தொந்தரவினால் இல்லாளை இழந்து//

வாழ்க்கையே தனிமையோடு
வரமாக வந்தபோது//

வாயைக்கட்டி வயிற்றைக்கட்டி
வளர்த்த பிள்ளையும்//

வந்தவளின் வாய்ப்பேச்சை
வரமாக நினைத்து//

மலத்தோடும் ஜலத்தோடும்
படுக்கையில் விழுந்தபோது//

பாயோடும் படுக்கையோடும்
நோயோடும் போராடும்//

தோளிலும் மாரிலும் தூக்கிய தந்தையை//

மூட்டையாக சுமந்து
முதியோர் இல்லத்தில் சேர்க்கும்//

அநீதிக்கு குரல் கொடுத்து//

அவலத்தினை களைவோம்//

பெருந்தலைவர் காமராசர்

எண்ணங்களின் எழுத்துக்களை
எழுது கோலின் துணையுடனே//

திண்ணமாக எழுதிட்டேன்
பெருந்தலைவர் காமராசரை//

குமாரசாமி சிவகாமி
தம்பதிகளுக்கு நன்மகனாய்//

விருதுநகர் வீட்டினிலே
விடியலென விதித்திட்டு//

இடைநிலையை எட்டாத
இடைநிற்ற கல்வியதை//

துடுமெனவே தூக்கியெறிந்து
காந்தீய காந்தத்தால்//

கவர்ந்திழுக்கப்
பட்டதனால்
தேசிய காங்கிரஸ்
கடலினிலே கலந்திட்டார்//

பெருந்தலைவர் பெருந்தகையே
கர்மவீரர் காமராசர்//

மாநிலத்தின் மாண்பு போற்றும்
முதலமைச்சர் பொறுப்பேற்று//

பதினோறு ஆண்டுகளில்
அவரின் சாதனைகள்//

ஏராளமான ஏராளம்//

கல்வியெனும் புரட்சியையே
எல்லோரும் அடைந்திடவே//

பள்ளிகள் பலதுவக்கி
ஏழ்மையினால் கற்றலிடை//

நிற்றலினை போக்கிடவே
தீர்க்கமுடன் திட்டமிட்டு//

துவக்கிட்டார் இலவச
மதிய உணவுதிட்டமதை//

பதினோரு வகுப்பு வரை
யாவருக்கும் இலவசமாய்//
கல்விக்கிட்ட வாய்ப்பளித்தார்//

விவசாய தொழிலுக்கு
அணியூட்ட கட்டிட்டார்//

இருபத்தி ஐந்துக்கு மேற்பட்ட அணைகளையே//

தொழிற்புரட்சி செழித்திடவே
மாநிலத்தில் அமைத்திட்டார்
பதினோரு சர்க்கரை ஆலைகளை//

மாலைநேர வகுப்புகளை
கல்லூரிகளில் நாள்தோறும்
நடைபெறவே வழியிட்டார்//

நாடாளும் மன்றத்திலே
உறுப்பினராக சேர்ந்திட்டு//

நலமுடனே சேவைபல
ஆற்றிட்டார் நாட்டுக்கு//

வந்தடைந்தத பட்டங்களும்
பெருந்தலைவர்
காமராசர்//

பாரதரத்னா கல்விக்கண்
திறந்த வள்ளல்//

இவற்றை எல்லாம்
ஆகட்டும் பார்க்கலாம்//

என்ற ஒருசொல்லால்
அடக்கி ஆண்டு//

தேசப்பிதா காந்தி மகான்
அவதரித்த நன்னாளாம்//

அக்டோபர் இரண்டினிலே
மண்ணுலகை துறந்திட்டு
விண்ணுலகை அடைந்திட்டார்
வீரமகான்//

தலைமகனாய் நிலைபெற்ற புகழுடனே//

நிலைபெற்று நின்றிடவே
உந்தன் புகழ்//

வாழ்க பாரதம்
வளர்க பெருந்தலைவர் புகழ்//

நினைவே என் உறவே

♥

நீலவான மேகக் கூட்டம்//

கோலமயில் கொஞ்சும் ஆட்டம்//

ஆடிப்பாடி திளைக்கும் போது//

கூடியாடி களித்து மகிழ//

கொஞ்சும் மழலை உறவுகளை//

நேர்த்தியாக வளர்த்து எடுத்து//

பட்டம் பலவும் பெறுவதற்கு//

பதவிப் பணம் பகட்டிற்காக//

மேலை நாடு அனுப்பிட்டு//

உதவும் கரங்கள் யாருமின்றி//

கதவருகே அமர்ந்துக் கொண்டு//

சாலையில் செல்லும் மற்றோரை//

வாஞ்சையுடன் பார்த்துக் கொண்டு//

நேரமாக காத்துக் கொண்டு//

முகத்தை மட்டுமே பார்ப்பதற்கும்//

மழலை மொழி கேட்பதற்கும்//

தொடர்பு எல்லை அறுந்துபோக//

அலைபேசி நிறுவனத்தை வைதலிடும்//

வாட்ட முற்ற முதியோரே//

மேலை நாட்டு மோகத்தின்//

மென்மை கெட்ட நிறுவனத்தினால்//

உற்ற உறவு தொடர்பின்றி//

வாடும் வாட்டம் நினைத்திடுவீர்//

பட்டம் பெற்ற இளைஞர்களை//

தாயகத்தில் நிலைக்கச் செய்து//

பாரதத்தை காத்திட்டு பெருமையடைவீர்//

நாட்டுப் பற்றை ஊட்டிடுவீர்//

பாரதத்தை மறந்து ஒழிந்தால்//

நமது உறவுகளை மறந்திட்டு//

நினைவலையில் மட்டுமே உறவுகள்//

நிழல் தொடர்பாய் மிஞ்சிடுமே//

என் ஆசிரியர்

அன்பை
வித்தாகி
அறிவை விளைச்சலாக்கி//

பாடத்தை பாங்காக்கி பண்பை பக்குவமாக்கி//

சொல்லை சீராக்கி
சொப்பனத்தை சீர்மையாக்கி//

வாழ்வை வளமாக்கி
வாக்கினை நேர்மையாக்கி//

அண்டத்தை அருமையாக்கி
அனுபவத்தை பாடமாக்கி//

சிந்தையை செம்மையாக்கி
சீர்மையான வழியாக்கி//

சுத்தத்தை சோறாக்கி
சுகாதாரத்தை பாடமாக்கி//

இடைநிற்றலில்லா கல்விக்காக உன்னையே
எழும்பாக்கி//

செம்மையான வழியாக்கி
சீர்தூக்கி கருவியாக்கி//

நெஞ்சத்தை நிறைவாக்கி
நினைவையே புனிதமாக்கி//

செம்மண் நிலமாக்கி
செழுமையான விளைச்சலாக்கி//

பாரினிலே பகட்டாக்கி
பண்பான மாந்தராக்கி//

என்னிதயத்தை கோயிலாக்கி இறைவனாக
உன்னையாக்கி//

நித்தமும் பூசையாக்கி
தியானத்தின் நினைவாக்கி//

மனக்கண்ணில் கோட்டையாக்கி
மனங்குளிர கடவுளாக்கி//

முவ்வேளையும் குடமுழுக்காகி
முடிந்தவரை நினைவாக்கி//

பாதத்தை சரணாகதி யாக்கி பிரதோஷத்தில்
நமஸ்காரமாக்கி//

மகிழ்ந்தேனே மாண்புற்ற
மாசற்ற குருநாதரையே//

என்றும் உங்கள்

♥

மனம் கவர்ந்த மனிதரோ//

மனதை களவாடிய மாமனிதரோ//

இவரை எப்படி உரைப்பேன்//

இவரை என்னவென உரைப்பேன்//

ஆளுமை பேச்சு கவர்ந்ததோ//

ஆண்மகின் அழகு கவர்ந்ததோ//

வெண்நிற வெண்தாடி கவர்ந்ததோ//

உடைந்த பல்லும் கவர்ந்ததோ//

வான்போற்றும் கவியில் மயங்கினேனோ//

வென்ற பட்டயங்களில் மறந்தேனோ//

சொல்லற்கரிய சொல்லில் கலந்தே னோ//

சுயரூபம் தெரியாமல் கரைந்தேனோ//

பூர்வஜென்ம பந்தத்தில் திளைத்தேனோ//

புதுஉறவில் மயங்கி மகிழ்ந்தேனோ//

புத்தம்புதிய கவிதையின் விடியலாய்//

புதியதோர் உறவில் உறைந்தேனோ//

சிந்தையும் செயலும் ஒன்றானாயே/

எண்ணமும் நினைவும் ஒருங்கானாயே/

கண்ணிலும் காட்சியிலும் கலந்தாயே//

களிப்புறும் இன்பம் கொடுத்தாயே//

புத்தம் புதிய உறவானாய்//
மறைந்த உறவில் மகிழ்ந்தேனே//
மனம் கவர்ந்த மாயவனாவாய்//
மனதை களவிய மனிதனாவாய்//
நிஜத்தில் நீஎனக்கு நண்பனா//
மறைவில் நீஎனக்கு மணவாளனா//
தோல்வியில் நீஎனக்கு தோழன//
ஆலோசனையில் நீஎனக்கு ஆசானா//
தவிப்பிற்கு நீஎனக்கு தந்தையோ//
அரவணைக்க நீஎனக்கு அன்னையோ//
அள்ளி முத்தமிட அன்புகாதலனோ//
ஒன்றும் புரியாமல் திளைத்தேனே//
உறவில் மகிழ்ந்து கலந்தேனோ//
உலகிற்கு எப்படி உரைப்பேன்//
தம்முறவை இப்புவிக்கு என்னவென
உரைப்பேன்//
என் உயிரே//
என் இதயமே//
என்னுள் கலந்த என்சுவாசமே//
என்றும் உங்கள்

தீப்பிடித்த குடிசைகள்

♥

மாடிவீடு கோடியாகி
கோடிவீடு குடிசையாகி
குப்பைமேடு கோளமாகும்
கேடுகெட்ட ஏற்றத்தாழ்வு//
பாரதிதாசன் வார்த்தையிலே
ஓடப்பராய் இருக்கும்//
ஏழையப்பர் உதையப்பராகினால்
ஓடப்பர் உயரப்பர்//
எல்லாம் மாறி//
ஓரப்பர் ஆகும் காலம்//
எந்நாளோ அதுவே//
சமுதாய பொன்னாளாம்//
ஏற்றத்தாழ்வு இனம்பிரிக்கும்//
சாதிசமய மொழிபொருள்//
சமச்சீராகும்நாளை//
வழிமேல் விழிவைத்து//
வாஞ்சையோடு வரவேற்போம்//
கோடிவீட்டு குப்பனும்//
மாடிவீட்டு மன்மதனும்//
சாதியாலும் பண்பாட்டாலும்//
கல்வியாலும் பொருளாலும்//

பதவியாலும் பகட்டினாலும்//

சமநிலைக்கு வரும் நாளை//

எதிர் நோக்குவோம்//

இவ்வாய்ப்பு கிட்டும்வரை//

பசியால் எரியும் வயறு//

சாதியால் எரியும் காதல்//

பண்பாட்டால் எரியும் கலவரம்//

மொத்த சீர் கேட்டால்//

தீக்கிரை யாகும் குடிசைகள்//

இவையாவும் நடப்பது திண்ணமன்றோ//

மணமாலைச் சூடி

பூஞ்சோலை மாஞ்சோலை
கிளுகிளுக்கும் வசந்தக்காலம்//

தென்பொதிகை தென்றலதை இனிமையாக்கும்
பருவநாட்கள்//

கனவுடனே நினைவலையில் நீந்திமகிழும்
கன்னியவள்//

கவின்வலையாம் காதலிலே சிக்குண்டாள்
மதிமயங்கி//

காதலெனும் போதையிலே மறந்தொழிந்தாள்
சாதியையே//

ஊராரும் உறவோரும் சூழ்ந்திட்டார் சாதிக்காக//

அரசியலும் ஆணவமும் உரசியதன்
கலவரத்தால்//

ஆணவத்தின் வெறித்தனத்தால்
கொலையுண்டான் காதலனும்//

மாய்த்திட்டாள் இன்னுயிரை கன்னியுமே
அடுத்தடுத்து//

மணமாலைச்சூடி ஏற்றிடுவீர் சடலமதனை
சமரசமாய்//

www.ingramcontent.com/pod-product-compliance
Lightning Source LLC
LaVergne TN
LVHW042204190726
843493LV00006B/1808